BÍ MẬT O.R.E

Tự Tin Thuyết Trình Như Nhà Vô Địch

★ O: Thổi bay nỗi sợ đám đông, gia tăng tự tin ngay lập tức.

★ R: Cách hút khán giả từ giây đầu tiên tới phút cuối cùng.

★ E: Bí quyết thuyết trình hay hơn, kể cả khi không thuyết trình.

v5.5.240423

Copyright © 2024 Fususu.com - Nguyễn Chu Nam Phương. All Rights Reserved.

Nguyễn Chu Nam Phương giữ bản quyền cuốn sách này. Bất cứ sự sao chép, chuyển thể sang định dạng khác, mà không được sự đồng ý bằng văn bản từ tác giả Nguyễn Chu Nam Phương, đều vi phạm luật bản quyền, luật sở hữu trí tuệ Việt Nam và quốc tế.

fususu.com/qua-tang-mien-phi/?r=orebook

MỤC LỤC

NGUYÊN NHÂN
HÀNG ĐẦU

Dale Carnegie, tác giả cuốn sách nổi tiếng Đắc Nhân Tâm từng nói:

"Có ba loại bài nói. Một là bài nói bạn chuẩn bị, hai là bài nói diễn ra trong thực tế, và ba là bài nói... bạn ước mình có thể làm tốt hơn."

Bạn thấy đúng chứ? Và nói tới thuyết trình, đã bao giờ bạn rơi vào các tình huống thế này chưa?

1) Bạn có cơ hội nói trước đám đông, nhưng bạn đã không dám nhận?

2) Bạn định nói ra một điều gì đó, nhưng lại sợ đám đông đánh giá?

3) Bạn chuẩn bị rất kỹ, nhưng khi đứng trước đám đông thì không nhớ gì?

4) Bạn nhìn slide và đọc là chính, thay vì nhìn vào đám đông lúc thuyết trình?

5) Bạn đặt câu hỏi cho đám đông, nhưng không ai trả lời nên lúng túng?

6) Bạn soạn bài nói mà bối rối không biết bắt đầu từ đâu?

7) Bạn nói trước đám đông một lần, và đó là lần cuối cùng?

Theo bạn, đâu là nguyên nhân hàng đầu khiến hầu hết mọi người đánh mất sự tự tin khi thuyết trình trước đám đông như vậy?

Để khám phá câu trả lời đích thực, bạn hãy quét mã QR để thực hiện một bài khảo sát Online, và so sánh với kết quả của mọi người nhé.

fususu.com/khaosat/ore

Sau khi thực hiện bài khảo sát, bạn thấy nhiều người giống mình không?

Và bạn đã nhận ra nguyên nhân khiến hầu hết mọi người thiếu tự tin khi nói trước đám đông là gì?

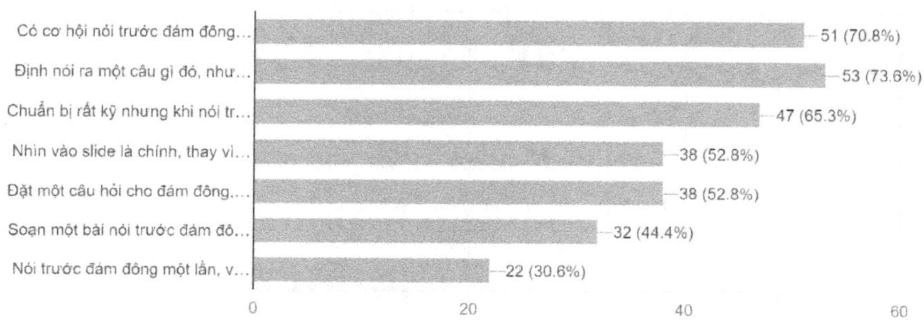

Nếu bạn dựa vào kết quả khảo sát và nói rằng nguyên nhân hàng đầu là do nỗi sợ đánh giá, thì cũng đúng, vì hầu hết mọi người đều chọn như vậy. Nhưng đó chỉ là bề nổi mà thôi, tại sao mọi người lại sợ bị đánh giá?

Câu trả lời từ các nhà vô địch thuyết trình sẽ khiến bạn ngạc nhiên đấy. Bản thân tôi trước đây cũng rất bất ngờ khi được tiết lộ câu trả lời này.

Đây cũng là bước ngoặt, đã thay đổi hoàn toàn góc nhìn của tôi về thuyết trình. Để rồi, một người đàn ông hướng nội, ngại giao tiếp như tôi (gọi tắt là "ông nội"), đã bắt đầu bước ra khỏi vùng an toàn để thuyết trình trước đám đông nhiều hơn, và trở thành một diễn giả, một nhà đào tạo với cả ngàn giờ diễn thuyết tự lúc nào không hay. Thậm chí còn vô địch thuyết trình hài hước 5 nước Đông Nam Á năm 2022 do Toastmasters International tổ chức, rồi tới tới 2023, tôi còn đào tạo cho cả trăm tác giả và các nhà đào tạo khác nữa...

Có thể bạn nghĩ tôi thật phi thường, song sự thật tôi chỉ là người bình thường. Điều khác biệt là tôi nắm trong tay một bí mật thú vị, giúp tôi luôn thoải mái khi nói chuyện trước đám đông.

Bí mật đó là gì?

Bạn còn nhớ cái cảm giác thoải mái khi bạn trò chuyện 1-1 với một ai đó chứ?

(Tim bạn lúc đó có thể đập thình thịch, nhẹ nhõm, bình an...)

Rồi một vài người khác xuất hiện. Bạn nghĩ, *"Được đấy, càng đông càng vui!"*

(Thực tế, tim bạn bắt đầu đập nhanh hơn, thịch thịch thịch...)

Rồi cả một đám đông lớn hơn xuất hiện.

(Tim bạn đập liên hồi... thịch thịch thịch thịch thịch...)

Rồi có ai đó yêu cầu bạn phát biểu thứ gì đấy.

(Tim bạn... ự, ặc ặc...)

Nếu để ý, bạn sẽ thấy cùng là mở miệng ra để nói thứ gì đó, nhưng chính cái suy nghĩ "Mình đang nói chuyện trước đám đông" đã tạo ra áp lực vô hình cho bạn.

Bạn nên viết lại câu trả lời dưới đây, dán ở đâu đó để nhìn thấy mỗi ngày. Tin tôi đi, khi thấm nhuần tư tưởng này của các nhà vô địch, tự tin thuyết trình dần dần sẽ trở thành điều tất yếu đối với bạn...

Nguyên nhân hàng đầu khiến hầu hết mọi người đầu hàng khi nói chuyện trước đám đông, là do họ đã nghĩ rằng: mình đang nói chuyện trước đám đông.

Những ai nghĩ rằng họ đang nói chuyện trước "đám đông", tất nhiên là đám càng đông họ sẽ càng hoảng, và dẫn tới vô số hệ quả khác như bạn đã biết. Đây cũng là một sai lầm lớn đầu tiên mà bạn cần tránh.

Có thể trong bạn lúc này có rất nhiều suy nghĩ:

"Ủa, nếu không gọi đó là đám đông thì gọi là đám mây à, hay đám gì đây???"

"Mà dù điều này đúng đi, thì cách tránh sai lầm này như thế nào???"

Đừng lo. Mới đầu khi nghe tới điều đó tôi cũng rất sốc, song dần dần theo chân các nhà vô địch thuyết trình, tôi đã hiểu ra.

Trong cuốn sách này, bạn cũng sẽ được từng bước vén màn bí mật của họ. Ngoài việc tránh sai lầm lớn này, họ còn biết một điều gì đó khiến bài nói của họ trở nên cực kỳ cuốn hút?

Thật khó để bạn hình dung sự khác biệt của các nhà vô địch thuyết trình, nếu như bạn chưa được chứng kiến tận mắt một bài diễn thuyết của họ phải không?

Trước khi khám phá bí mật chữ O, hãy quét mã QR hoặc dùng Link dưới để xem ngay bài diễn thuyết vô địch từng truyền cảm hứng mạnh mẽ cho tôi trên hành trình này.

fususu.com/clip-champion-1

BÍ MẬT CHỮ O

Đã bao giờ bạn tham gia một buổi thuyết trình Online qua Zoom, mà vị diễn giả bắt đầu bài nói tương tự như thế này chưa?

"Xin chào tất cả mọi người..."

Bạn có thấy điều gì kỳ lạ không?

Ủa? Bình thường mà!

Tuy nhiên, hãy ngẫm lại mà xem. Trong căn phòng của bạn lúc ấy, ngoài bạn ra còn có ai nữa không?

Rõ ràng là chỉ có mình bạn? Vậy vị diễn giả đó chào "tất cả mọi người" là đang chào ai vậy?

À, lời chào ấy là gửi cho "tất cả mọi người" trong Zoom, chứ không phải dành riêng cho bạn (buồn nhỉ).

Nhưng nếu để ý, bạn sẽ thấy hầu hết mọi người trong Zoom hôm ấy cũng chỉ có một mình trong phòng của họ (giống như bạn).

Vậy là lời chào này thực ra chẳng gửi tới một ai cụ thể cả!

Tôi đồng ý, đó là một thói quen, chúng ta thường gửi lời chào tới "tất cả mọi người" khi mở đầu bài nói. Nhưng điều gì diễn ra nếu suốt các buổi thuyết trình, bạn cố gắng nói chuyện với... ai đó mơ hồ như vậy.

"Tất cả mọi người thấy sao ạ?"

"Mọi người có câu hỏi gì không?"

Đã bao giờ bạn đặt những câu hỏi kiểu như vậy, và đáp lại bạn là cả một bầu không khí tĩnh lặng đến đáng sợ?

Giờ thì bạn biết nguyên nhân rồi đấy!

Thực tế là...

Không có ai họ là Tất, tên là Cả trong khán phòng.

Không có ai họ là Mọi, tên là Người trong khán phòng.

Cũng không có ai họ là Các, tên là Bạn trong khán phòng.

Sự thật là...

Khi bạn cố gắng nói chuyện với tất cả mọi người, thật ra bạn đang chẳng nói chuyện với ai cả.

Có thể bạn nghĩ, "Đó là thuyết trình Online qua Zoom, còn trực tiếp thì sao, thực tế là có rất đông người cơ mà?"

Tôi vẫn còn nhớ mãi thời học sinh, trong một giờ chào cờ nọ. Thầy hiệu trưởng phát biểu gì đó, nhưng có vẻ không hấp dẫn lắm nên toàn trường khá mất trật tự.

Thầy bức xúc quát lên. "Học sinh!"

"Trật tự..." cả trường đồng thanh.

Tuy thế, nhiều bạn vẫn chẳng mấy quan tâm, họ vẫn cứ nói chuyện riêng. Một lúc sau như dịch bệnh lây lan, cả trường lại nhao nhao như cũ.

Thầy lại quát to hơn. "Học sinh!"

Cả trường chậm rãi. "Trật... tự..."

Bản thân tôi cũng mải chém gió với đứa bạn thân nên cũng không để ý là thầy đã phải làm vậy bao nhiêu lần. Tuy nhiên, có một thời điểm tôi đã giật mình.

"Em kia!" thầy hiệu trưởng quát.

Cả trường im phăng phắc, không ai dám ho he câu nào. Bạn biết vì sao chứ?

Vì ai cũng nghĩ thầy đang nói mình.

Bằng cách nói mới, tuy chẳng đề cập tới "tất cả" nhưng thầy lại xuất sắc kết nối với tất cả mọi người.

Sau này, khi học hỏi từ các nhà vô địch thuyết trình, tôi mới nhận ra: Đó chính là sức mạnh của việc kết nối 1-1.

Thực tế là dù đám đông bao nhiêu người đi chăng nữa, thì trong tâm trí của mỗi người, bạn là người đang nói chuyện với họ. Do đó...

Nói với mọi người, không ai nghe cả.
Nói với một người, ai cũng giật mình.

Bạn đã đoán ra bí mật chữ O của các nhà vô địch chưa?

Nói chung, hầu hết các diễn giả thông thường nghĩ họ đang nói chuyện trước đám đông. Đám đông càng lớn, họ sẽ phải càng thế này, thế kia.

Rồi đám đông Online hoặc Offline, họ sẽ phải thế này thế kia, và tự tạo ra những áp lực không cần thiết, và đánh mất sự cuốn hút của mình mà không hề hay biết.

Còn các nhà vô địch tin rằng, dù đám đông có bao nhiêu người đi nữa, dù Online hay Offline, thì cũng chỉ là... một người họ Đám tên Đông (hoặc họ Khán tên Giả).

Chữ O là... Only You

Đối với các nhà vô địch, bản chất của một bài thuyết trình cuốn hút là một cuộc trò chuyện 1-1, giữa họ và một người duy nhất: **chính là Bạn.**

Craig Valentine, thầy tôi, nhà vô địch diễn thuyết thế giới 1999 gọi đây là bí quyết:

"Speak to one, but look to All."

Tạm dịch: Nói với một nhưng nhìn tất cả.

Tức là ông làm như cuộc trò chuyện đó là cho một khán giả nào đó trong căn phòng (thường là khán giả dễ thương nhất), và trong khi nói, ông nhìn tất cả mọi người.

Chẳng hạn, bạn hãy quét mã QR hoặc truy cập link dưới đây để xem một bài thuyết trình vô địch, và để ý sau khi nhà vô địch nói xong một câu nào đó, ông đã nhìn bao quát căn phòng như thế nào.

fususu.com/clip-champion-2

Nếu Craig gọi đây là bí mật "Nói với một, nhìn tất cả" thì Fususu gọi đây là bí mật Mona Lisa.

Bạn có thể thử làm một thí nghiệm với bức ảnh nổi tiếng dưới đây. Hãy đưa nó ra xa, và thay đổi góc nhìn của bạn, rồi bạn sẽ nhận ra một điều thú vị.

Sự thật là dù bạn nhìn bức hình ở góc nào, thì Mona Lisa vẫn luôn nhìn thẳng vào bạn (tưởng tượng cảnh nếu bà ấy nhìn chồng thì thật là tội nghiệp cho ông chồng).

Nếu thuyết trình Online trên Zoom, bạn không nhất thiết phải nhìn dọc nhìn ngang, bạn chỉ cần nhìn thẳng vào camera (mắt giống Mona Lisa), là tất cả đều có cảm giác bạn đang nhìn họ, cho dù họ có ở đâu trong căn phòng của họ.

Theo nghiên cứu, để có được hiệu ứng đặc biệt này, Leonardo Da Vinci đã vẽ khuôn mặt Mona Lisa theo tỉ lệ vàng, tạo ra một sự cân đối hoàn hảo.

Tương tự, nếu bạn coi thuyết trình là một cuộc trò chuyện 1-1, và điều chỉnh cách nói của mình như thể nói cho một người, thì sẽ có hai kết quả thú vị xảy ra.

1) Bạn sẽ tự tin hơn gấp đôi, vì chỉ là trò chuyện 1-1 thôi mà, có gì đâu mà phải sợ?

2) Ai cũng có cảm giác bạn đang nói chuyện với một mình họ, và sự chú ý sẽ tăng lên ít nhất gấp ba lần.

Bạn chưa tin ư, hãy thử so sánh một vài ví dụ sau đây về cùng một chủ đề nhé.

Ví dụ #1 - Chủ đề Monalisa

Cách thông thường

Vị diễn giả bước ra sân khấu. "Bao nhiêu bạn ở đây biết Mona Lisa?"

Một vài cánh tay lác đác giơ lên. Vị diễn giả chiếu Slide Mona Lisa lên và bắt đầu nói tiếp...

Cách vô địch

Nhà vô địch bước ra sân khấu, và ngay lập tức chiếu bức ảnh Mona Lisa lên Slide.

"Hãy giơ tay nếu bạn từng nhìn thấy bức ảnh này?"

Vị diễn giả nói rồi mỉm cười nhìn mọi người (trong đó có bạn), sau khi cả đám đông gật đầu, hoặc nhiều cánh tay tự động giơ lên, ông mới bắt đầu nói tiếp...

Bạn thấy sự khác biệt chứ?

Các diễn giả thông thường hay cố gắng kết nối với tất cả mọi người, nhưng rốt cuộc chỉ có vài cánh tay giơ lên. Còn nhà vô địch làm như thể nói chuyện với một người, tự nhiên ai cũng có cảm giác mình được quan tâm, và nhiều người còn... tự động giơ tay!

Ví dụ #2 - Kêu gọi tập trung

Cách thông thường

Sau khi cho mọi người thực hiện một hoạt động, cả hội trường đang rất huyên náo. Vị diễn giả muốn tập trung sự chú ý của mọi người.

"Mọi người ơi," diễn giả nói. "Có ai nghe thấy tôi không?"

Một vài người bắt đầu chú ý. Những người còn lại vẫn đang mải mê "buôn chuyện".

Diễn giả nói tiếp. "Mọi người làm ơn chú ý, và quay trở lại chỗ ngồi ạ."

Nói chung diễn giả phải mất công kêu gọi vài lần nữa, mới ổn định được khán phòng ấy.

Cách vô địch

Cũng tình huống trên, nhà vô địch cầm mic lên và tự tin nói. "Hãy vỗ tay một cái nếu bạn nghe thấy tôi nói."

Nhiều người nghe thấy ông và bắt đầu vỗ tay. Những người khác tự nhiên giật mình.

Nhà vô địch nói tiếp. "Cảm ơn bạn, bạn rất tuyệt vời. Hãy tặng nhau một tràng pháo tay và tiếp tục chương trình."

Cả hội trường vỗ tay, và mọi người lục tục kéo nhau về chỗ ngồi để lắng nghe nhà vô địch nói tiếp.

Tôi tin rằng đến ví dụ này, bạn đã thực sự cảm nhận được sức mạnh của việc kết nối 1-1 trong thuyết trình trước đám đông rồi.

Vậy đố bạn từ nào quan trọng nhất trong thuyết trình?

Nếu bạn soạn bài nói của mình bằng tiếng Anh trên Google Doc và gửi cho

Craig Valentine, thì chỉ trong 30 giây ông có thể cho bạn biết mức độ cuốn hút của nó.

Vì ông có tốc độ đọc sách cũng vô địch?

Craig Valentine đọc rất nhiều sách, nhưng không phải đâu.

Vì ông có hàng chục năm diễn thuyết ư?

Craig Valentine đã có hàng chục năm diễn thuyết, và huấn luyện các diễn giả, nhưng không phải đâu.

Đáp án: Tất cả những gì ông làm là đếm xem bao nhiêu lần từ "you" (bạn) xuất hiện xuất hiện trong văn bản ấy.

"*Bạn* là từ quan trọng nhất trong thuyết trình," Craig nói.

Nói chung, khi thuyết trình, bạn càng hạn chế dùng những từ như "tất cả mọi người", "mọi người", "tất cả các bạn", "các bạn", v.v... và càng biến nó thành cuộc trò chuyện 1-1 giữa bạn và khán giả của bạn, thì ai cũng sẽ bị bạn cuốn hút, ai cũng sẽ phải tập trung hơn. Vì một lý do đơn giản: thật bất lịch sự nếu ai đó nói chuyện 1-1 với bạn, mà bạn lại không chú ý!!!

Chỉ có một vấn đề nếu bạn thuyết trình bằng tiếng Anh, việc áp dụng vô cùng đơn giản. Dù khán giả của bạn có vị thế hay độ tuổi thế nào, cũng luôn chỉ có I và You. Còn với truyền thống tôn sư trọng đạo, kính trên nhường dưới của Việt Nam, thì chắc chắn bạn sẽ phải đối mặt hàng loạt lựa chọn: Cháu và Bác, Con và Cô, Em và Anh, v.v...

Nếu không khéo, bạn có thể phật ý một ai đó trong khán phòng. Bạn có thể làm mình trở nên "bề trên" khi lựa chọn xưng anh và gọi các bạn học sinh ở dưới là em, bạn cũng có thể làm mình "lép vế" khi xưng con/cháu với các bô lão ở dưới.

Trong thuyết trình, điều quan trọng nhất là kết nối với tâm trí của từng khán giả, và cả hai cách trên đều không giúp bạn làm điều đó.

Vậy phải làm sao?

Cách xưng hô thu hút

Hãy tưởng tượng bạn đang chuẩn bị bước lên sân khấu, bên dưới là hàng trăm quý vị phụ huynh đáng kính, trong đó có cả những bác đầu tóc bạc phơ, đáng tuổi ông tuổi chú bạn...

Lúc ấy, bạn thắc mắc không biết cách xưng hô trong thuyết trình với họ thế nào cho phải phép đây. May quá, trước khi bạn lên, có một vị MC nói trước để giới thiệu bạn. Trông anh ta cũng có vẻ giàu kinh nghiệm, chắc anh ấy biết cách xưng hô trong thuyết trình.

MC mở mic và bắt đầu nói. *"Kính thưa các cô, các bác, các dì, các chú. Cảm ơn các cô, các bác, các dì, các chú đã có mặt trong chương trình ngày hôm nay. Nơi các cô, các bác, các dì, các chú sẽ được gặp gỡ một vị diễn giả, sẽ giúp các cô, các bác, các dì, các chú khám một bí mật..."*

Bạn thở dài.

Bạn tự hỏi nếu xưng hô vậy, bài nói của mình sẽ thảm hại như thế nào...

Một câu chào đơn giản 56 chữ, trong đã có 32 chữ là "các cô, các bác, các dì, các chú". Người ta sẽ nhớ những gì được lặp đi lặp lại nhiều lần nhất, vậy thì điều gì sẽ đọng lại trong đầu họ sau bài nói, ngoài 8 chữ đó???

Thật ra đấy là một tình huống có thật mà tôi đã nhiều lần đối mặt khoảng những năm 2011 - 2015, khi làm Trainer cho khóa học Tôi Tài Giỏi Bạn Cũng Thế. Cuối mỗi khóa, tôi đều phải thuyết trình trước cả trăm vị phụ huynh như vậy.

Vậy làm sao để kết nối 1-1 như các nhà vô địch đây?

Lúc đó, tôi đơn giản là bước lên sân khấu và hỏi, *"Kính thưa quý vị phụ huynh, hãy giơ tay nếu **bạn** thấy con em mình đã có sự thay đổi sau 3 ngày vừa qua?"*

Khi thấy họ gật đầu, tôi mỉm cười và cứ thế sử dụng từ bạn trong suốt chương trình. Mọi người vẫn lắng nghe và ghi chép, tới cuối buổi họ còn vỗ tay rào rào. Tất nhiên, là khi ai đó giơ tay hỏi riêng thứ gì đó và đối thoại trực tiếp với họ, thì tôi vẫn gọi cô/chú/bác tùy người.

Nói chung, bạn có thể dùng kính ngữ và nói với tất cả mọi người lúc đầu, nhưng sau đó hãy xưng hô như là nói chuyện với một người mà thôi. Bạn có thể dùng "bạn", hoặc trịnh trọng hơn thì "quý vị".

Hãy xem xét thêm một vài ví dụ.

*"Kính thưa **toàn thể bà con cô bác**. Tôi có một câu hỏi. Đã bao giờ **quý vị**..."*

*"Xin chào **tất cả các bạn**. Tôi có một câu hỏi cho **bạn**, đã bao giờ..."*

*"Tuyệt lắm, cảm ơn các **anh chị**. Chúng ta sẽ sang phần tiếp theo, phần này **bạn** sẽ được bật mí bí mật để..."*

Trong hầu hết các trường hợp, tôi hay dùng từ "bạn", vì nó ngắn gọn gấp đôi, giúp bạn tiết kiệm thời gian gấp đôi.

Nếu tham gia một buổi Zoom nào đó tôi nói về viết sách, bạn sẽ thấy trong Zoom có cả trăm người, có những người U50, U60. MC và vị diễn giả trước đó đều gọi họ là "anh chị". Làm sao để tôi gọi họ là bạn đây?

Nếu ở đó cùng tôi, bạn sẽ thấy trước khi lên, MC chiếu một Clip giới thiệu tôi là tác giả, sau đó là đến tôi. Tôi mở mic và nói luôn.

*"Xin chào các đồng nghiệp tương lai! Hãy comment yes **nếu** bạn nghe thấy tôi nói."*

Nhiều ánh mắt ngơ ngác nhìn tôi, có lẽ đây là lần đầu tiên họ nghe thấy một câu chào lạ như vậy. Một tác giả của 10 cuốn sách, chào mình là đồng nghiệp ư?

Nhiều người bắt đầu comment "yes".

Thế đấy, tôi đã có được sự chú ý của họ. Sau đó tôi chiếu Slide nội dung chương trình và nói tiếp.

"Tại sao tôi lại gọi **bạn** là đồng nghiệp tương lai?

Vì nếu như **bạn** áp dụng triệt để những bí quyết trong chương trình ngày hôm nay và chinh phục cuốn sách đầu tay của mình, bạn sẽ trở thành một tác giả.

Thậm chí khi sách của **bạn** bán chạy, bạn có thể trở thành tác giả Full-time, tự do du lịch, sống cuộc đời mơ ước như tôi. Khi ấy, chẳng phải chúng ta là đồng nghiệp?

Nếu **bạn** thấy điều đó tuyệt vời, hãy tặng cho nhau một tràng pháo tay, đồng nghiệp tương lai tuyệt vời của tôi."

Mọi người vỗ tay. Kể từ đó trở đi, bạn biết điều gì xảy ra rồi. Cả buổi ấy tôi đã xưng tôi, gọi khán giả là bạn. Trừ khi tôi mời riêng một ai đó nói chuyện, tôi mới xưng anh/chị tùy theo người đó mà thôi.

Nói chung, nguyên nhân hàng đầu khiến mọi người đánh mất sự tự tin khi thuyết trình trước đám đông... là họ nghĩ rằng mình đang nói chuyện với đám đông, nên đám đông càng lớn, họ càng run.

Còn khi bạn tin đám đông là một người họ Đám tên Đông. Khán giả là một người họ Khán tên giả. Chỉ cần một thay đổi nhỏ thôi, đó là: Nói với một nhưng nhìn tất cả, bạn sẽ tự tin hơn gấp đôi, cuốn hút hơn gấp ba.

Tuy thế, có bao giờ bạn nói chuyện một lúc, và khán giả bắt đầu mất tập trung chưa? Vậy các nhà vô địch làm thế nào để thu hút khán giả từ giây đầu tiên, tới phút cuối cùng? Chữ R tiếp theo trong bí mật ORE là gì?

đầu tiên, tới phút cuối cùng? Chữ R tiếp theo trong bí mật ORE là gì?

BÍ MẬT CHỮ R

Bạn thường bắt đầu bài nói như thế nào?

Bạn thấy kiểu này quen không?

"Xin chào mọi người, cám ơn mọi người đã có mặt ở đây. Hôm nay là một ngày trời thật đẹp, tôi rất vui khi có mặt ở đây hôm nay, và tôi sẽ chia sẻ cho bạn cách làm sao để thuyết trình cuốn hút và giữ chân khán giả tới cuối chương trình... (Ủa, mọi người đi đâu hết rồi)"

Cách nói này có vấn đề là gì?

À, phải rồi. Khi bạn cố nói với tất cả, sẽ chẳng ai nghe cả.

Thực ra còn một sai lầm nữa, mà tôi thấy rất nhiều diễn giả dù có nhiều năm kinh nghiệm vẫn mắc phải, và đánh mất khán giả của họ (mà họ không hề hay biết).

Bạn thấy đấy, dù có 10 năm kinh nghiệm, nhưng trong 10 năm đó, điều gì sẽ xảy ra nếu bạn cứ áp dụng một phương pháp không hiệu quả???

Không chỉ lãng phí thời gian, đánh mất cơ hội, mà còn luyện cho mình những thói quen không hiệu quả.

Nói chung:

Phương pháp đã sai, đích đến còn dài.

Thường khi lên sân khấu, hầu hết mọi người hay có những lời chào, lời cảm ơn, v.v... và 99,99% là không liên quan tới nội dung chính.

Các nhà vô địch gọi đây là:

"Cái bẫy khách sáo".

Khi tôi hỏi một số học viên của mình tại sao họ lại nói những lời khách sáo đó, thì hầu hết cho rằng mục đích của những lời này là để phá băng, để họ cảm thấy thoải mái, trước khi bắt đầu vào nội dung chính.

Tuy nhiên, hãy nhớ...

Bạn thoải mái, không có nghĩa là khán giả sảng khoái.

Trước khi bạn tham gia một buổi thuyết trình, thường thì bạn biết rõ nội dung của nó là gì đúng không?

Nội dung đó có vẻ hấp dẫn, và đó là lý do bạn tham gia. Thậm chí, thời gian của bạn là vàng bạc, nên bạn đã tìm hiểu rất kỹ diễn giả là ai, trước khi lựa chọn tham gia chương trình ấy.

Sau khi chờ đợi một hồi lâu, cuối cùng thì MC cũng nói. "Vâng. Xin giới thiệu

Mr. X, chuyên gia về lĩnh vực Y, tới đây để giúp bạn Z... Xin một tràng pháo tay đón chào... Mr. X!"

Rồi X bước lên sân khấu và nói, "Vâng, cảm ơn MC đã giới thiệu, tôi rất vui vì hôm nay có mặt ở đây, trong một ngày đẹp trời như thế này. Tôi cũng rất cảm ơn ông A, bà B, cụ C... đã tạo cơ hội cho tôi có mặt ở đây ngày hôm nay..."

Mr X có thể không mắc sai lầm là nói với "tất cả", nhưng bạn hình dung, sau khi đã chờ lâu như vậy, điều bạn muốn nghe nhất sau khi X lên sân khấu là gì?

Có phải là thời tiết hôm nay thế nào không?

Không!

Bạn vừa ở ngoài đó, bạn đâu cần một nhân viên dự báo thời tiết?

Rồi những lời cảm ơn khách sáo dài dòng ABC... trời ơi, làm ơn vào chủ đề chính!!!

Bạn tới đó là để XYZ, chứ đâu phải ABC???

Chính "cái bẫy khách sáo" này khiến cho hầu hết các diễn giả thông thường "đánh mất" sự chú ý của khán giả ngay trong 7 giây đầu tiên.

Nếu bạn đã xem các Clip vô địch qua mã QR ở những phần trên, bạn sẽ thấy họ rất ít khi có những lời khách sáo ngay ở phần đầu tiên (nếu có, họ sẽ để ở sau).

Darren Lacroix đã bắt đầu bài nói bằng một câu hỏi. Sau đó ông mới "Thưa chủ tọa, thưa anh em..."

Dananjaya Hettiarachchi bắt đầu bài nói bằng cách cầm một bông hoa, và tuyên bố, "Tôi và bạn, đều giống bông hoa này..."

Đó là vì các nhà vô địch đều biết bí mật chữ R.

Chữ R là... Right Away

Bạn có để ý là chỉ cần bạn nhắm mắt, ngồi yên một vài giây, là trong đầu nảy ra không biết bao nhiêu là suy nghĩ không?

Theo một nghiên cứu năm 2000, khả năng chú ý trung bình của người trưởng thành vào một ý tưởng là khoảng 12 giây. Những nghiên cứu gần hơn chỉ ra là 8 giây. Còn của cá vàng là... 9 giây!

Với sự xuất hiện của Smartphone, thói quen lướt Facebook tìm tin tức mới, lướt Tiktok xem clip ngắn, mọi bộ não trên thế giới đã được "huấn luyện" một thói quen: Liên tục đòi hỏi những thứ mới mẻ, tính tới từng giây.

Do vậy, nếu bạn bước lên sân khấu và làm những việc giống như hầu hết mọi người đều làm như cảm ơn, khách sáo, hoặc dự báo thời tiết, bạn sẽ đánh mất khán giả của mình ngay lập tức.

Đầu không xuôi thì đuôi khó lọt, sau ấy, bạn sẽ phải mất nhiều công sức hơn để thu hút lại sự chú ý của họ. Còn các nhà vô địch thì đơn giản là...

Có gì hay, cứ bắt đầu ngay!

Trong 7 giây đầu tiên các nhà vô địch sẽ nói hoặc làm gì đó khác biệt để thu hút chú ý. Họ biến 7 giây đầu tiên thành đòn bẩy, giúp đẩy lưng khán giả thẳng lên, để nghe họ nói.

Sau khi tạo ra sự khác biệt, khi tâm trí khán giả nói, "Ồ, có vẻ hay đây..." thì lúc đó họ mới nói lời cảm ơn, khách sáo (nếu họ muốn, và nếu thực sự cần thiết).

Nếu như Mr. X biết bí mật này, thì anh ta có thể lên sân khấu và kết nối ngay với khán giả như sau:

"Đã bao giờ bạn ABC, thậm chí XYZ ai đó chưa?

(cả khán phòng cười)

Ồ, mong bạn đừng hiểu lầm, ý tôi là bạn đã từng giúp họ một việc gì đó từ A-Z chưa?

Đó là lý do tôi có mặt ở đây hôm nay. Để cùng khám phá nghệ thuật giúp người mà không phiền mình.

Cảm ơn MC, cảm ơn bạn đã có mặt ở đây, cảm ơn v.v..."

Bạn thấy khác biệt chứ?

Lần này X đã kết nối 1-1 với khán giả bằng một câu hỏi gây tò mò. Khi khán giả chú ý, ông đã giải thích nó liên quan tới bài nói của mình như thế nào cũng như lợi ích mà chương trình mang lại. Cuối cùng, ông mới nói những lời cảm ơn khách sáo.

Khi bạn làm khán giả chú ý, lời cảm ơn của bạn sẽ càng thêm giá trị, phải không nào?

Vấn đề tiếp theo là làm sao duy trì sự chú ý của khán giả sau đó mà thôi?

Tuyệt chiêu Tam Câu

Đã bao giờ bạn thuyết trình và thấy ai đó dùng Smartphone ở dưới chưa?

Bạn sửng cồ lên, *"Các bạn ơi, làm ơn chú ý..."*

Lúc sau điều gì xảy ra?

Trong đầu bạn có hiện ra một hình ảnh nào đó về tình huống trên không.

Bạn thấy không, theo phản xạ bộ não bạn bị kích thích bởi câu hỏi. Dù bạn có trả lời hay không, thì khi đặt câu hỏi, kiểu gì bộ não bạn cũng sẽ suy nghĩ.

Đây chính là một tuyệt chiêu trong Tam Câu, mà nếu khéo léo sử dụng trong bài nói, bạn sẽ thu hút sự chú ý của khán từ giây đầu tiên, tới phút cuối cùng.

Câu thứ nhất: Câu hỏi mạnh mẽ

Cách nhanh nhất để bạn lấy lại sự tự tin, cũng như thu hút sự chú ý trên sân khấu bất cứ lúc nào, là đặt ra một câu hỏi.

Giống như trong một cuộc trò chuyện 1-1, khi đặt câu hỏi, là bạn đang "trao quyền" được nói cho người kia. Không còn cách nào khác, họ buộc phải phản hồi bạn.

Tất nhiên là trên sân khấu, khán giả ở dưới không có mic, họ sẽ khó mà lấn át được tiếng của bạn. Nhưng trong tâm trí họ, họ vẫn phản hồi bạn.

"Đố bạn có một nơi rất đặc biệt, mà mọi người thường cất những ước muốn tốt đẹp nhất ở đó?"

(Khán giả suy nghĩ, một số người nói ra đáp án).

Tuyệt lắm, câu trả lời của tôi là Ngày mai.

Thứ 2, 3, 4, 5, 6, 7, CN, đâu có thứ nào là thứ mai?

(Khán giả gật gù, ừ nhỉ, mình hay trì hoãn thật)

Vâng cảm ơn bạn đã tham gia chương trình hôm nay, nơi bạn sẽ được bật mí bí quyết 3 bước để đánh gục trì hoãn, và tán đổ mọi ước mơ của bạn."

Vậy thế nào là một câu hỏi mạnh mẽ?

Đó là một câu hỏi tác động được tới một (hoặc nhiều) cảm xúc mạnh mẽ của người nghe:

❖ Đau khổ

❖ Khát khao

❖ Sợ hãi

❖ Buồn chán

- ❖ Tiếc nuối
- ❖ Quyết tâm

Đó đều là những cảm xúc mà nếu bạn đặt câu hỏi liên quan tới chúng, đảm bảo người nghe sẽ phải chú ý tới bạn.

"Đã bao giờ bạn quyết tâm làm một thứ gì đó, để rồi mấy hôm sau đâu lại vào đấy?" (quyết tâm, đau khổ).

"Lần cuối cùng bạn cảm thấy hạnh phúc là lần nào?" (hạnh phúc, tiếc nuối).

"Theo bạn điều gì đang cản trở bạn đến với mục tiêu bạn khao khát bấy lâu nay?" (sợ hãi, khát khao).

Đó là chiếc cần câu đầu tiên, giúp bạn hút sự chú ý của khán giả bất cứ lúc nào, kể cả là lúc học đang rất mất tập trung.

Nếu bạn gặp khán giả mất tập trung, cứ kệ họ. Bạn đặt câu hỏi liên quan tới bài nói của bạn, và lúc sau bạn sẽ thấy điều kỳ diệu: Họ tự nhiên chú ý tới bạn.

Hãy nhớ, trong trò chuyện 1-1 không chỉ có bạn nói, mà đối phương cũng muốn được nói.

Do vậy, hãy đan xen trong bài nói của bạn những câu hỏi mạnh mẽ, và bạn sẽ thấy khán giả ngồi thẳng lưng dậy mỗi lần bạn làm vậy.

Còn chiếc cần câu thứ hai thì sao? Bạn còn nhớ ngay đầu cuốn sách này, tôi đã trích dẫn một câu nói của Dale Carnegie là gì chứ?

"Có ba loại bài nói. Một là bài nói bạn chuẩn bị, hai là bài nói diễn ra trong

thực tế, và ba là bài nói bạn ước mình có thể làm tốt hơn."

Câu thứ hai: Câu nói ấn tượng

Sử dụng những câu nói ấn tượng không chỉ giúp bạn gây sự chú ý, gia tăng tính thuyết phục cho bài nói, mà còn để lại ấn tượng mạnh mẽ cho khán giả.

Vì bạn thử nhớ lại một bài nói hay, hoặc một cuốn sách bạn ấn tượng mà xem?

Thật khó để nhớ lại toàn bộ bài nói, hoặc toàn bộ cuốn sách ấy. Nhưng thật dễ để bạn nhớ lại một câu nói hay nào đó trong bài nói, hoặc trong cuốn sách đó đúng không?

Đó chính là sức mạnh của câu nói ấn tượng.

Một kinh nghiệm của nhà vô địch, là do những câu trích dẫn thường khá phổ biến. Nên bạn cần phải tạo sự khác biệt bằng cách chia sẻ quan điểm, suy nghĩ thú vị nào đó của bạn về câu nói ấy.

Ví dụ 1: Tỷ phú Warren Buffett từng nói, "Đầu tư cho bản thân, là khoản đầu tư không bao giờ lỗ."

Nhưng bản thân cũng nhiều chỗ lắm, điều gì xảy ra nếu bạn đầu tư sai chỗ? Nhiều người đầu tư vào cái bụng, nên không thấy phát tài, toàn thấy phát phì.

Cảm ơn bạn đã tham gia chương trình hôm nay, nơi bạn sẽ được khám phá cách đầu tư cho bộ não hiệu quả, để có thể sinh lời nhanh chóng.

Ví dụ 2: "Buồn nào rồi cũng sẽ qua, chỉ có buồn ngủ không tha hôm nào. Cảm ơn bạn đã tham gia chương trình hôm nay, hãy yên tâm trong vòng 60 phút tới bạn sẽ tỉnh ngủ, vì bạn sẽ được bật mí 3 bí quyết giúp khán giả bừng tỉnh, và áp dụng những điều bạn nói vào cuộc sống."

Ví dụ 3: Tỷ phú Brian Tracy từng nói, "Bạn sẽ không có đủ thời gian để làm mọi thứ, nhưng bạn sẽ luôn có đủ cho những thứ quan trọng nhất."

Fususu tôi nghĩ rằng, bạn sẽ không có đủ thời gian để nói tất cả mọi thứ trong một bài thuyết trình, nhưng bạn sẽ luôn có đủ thời gian để nói những gì quan trọng nhất.

Việc xác định những câu nói ấn tượng, không chỉ giúp tạo ấn tượng cho khán giả, mà còn là kim chỉ nam giúp bài nói của bạn trở nên rõ ràng, mạch lạc hơn.

Đó là "câu" thứ hai, câu nói ấn tượng. Còn câu thứ 3?

Bạn còn nhớ câu chuyện mà có chú bé nói với cả làng là có chó sói mặc dù không có chứ?

Bài học bạn rút ra là gì?

Bạn vẫn nhớ sau bao năm không ôn tập ư?

Thật là tuyệt.

Thật ra, từ cổ chí kim, những câu chuyện luôn là món ăn tinh thần không thể thiếu cho bộ não. Chúng dễ nhớ, dễ đi vào lòng người, và để lại trong ta những bài học sâu sắc.

Câu thứ ba: Câu chuyện khó quên

Hãy quét mã QR hoặc truy cập link dưới để xem ngay một Clip vô địch diễn thuyết tôi rất tâm đắc nhé. Đó cũng là một câu chuyện mà tôi không bao giờ quên.

fususu.com/clip-champion-3

Khi xem Clip trên, bạn có cảm giác Presiyan như đang nói chuyện với bạn không?

Khúc đầu, sau khi thu hút khán giả, ông cũng có một chút chào hỏi tất cả mọi người, nhưng càng về sau, bạn sẽ thấy bài nói chuyện của ông như thể dành cho mình!

Rồi bạn có nhớ những tình tiết trong câu chuyện không?

Từ hình ảnh ánh đèn đường, con dốc, chiếc xe "ngu ngốc", cho tới cảnh người qua lại tấp nập nhìn mình với ánh mắt tội nghiệp. Rồi bậc thầy nâng lốp xuất hiện...

Nói thật là tôi vẫn còn nhớ như in.

Và tôi tin rằng, từ giờ đi đâu, gặp chiếc lốp xe (dù bị xịt hay không bị xịt), bạn sẽ mãi nhớ tới ông đấy. Thậm chí gặp những tình huống khó khăn, bạn sẽ nhớ ngay tới ông ấy, và không quên tìm cách nhờ vả giống như bạn Trang dưới đây, một độc giả được tôi chiếu cho xem clip ấy trong một buổi Zoom.

Nguyễn Hà Trang
June 20 at 10:50 PM · 🌐

Em vừa đi học về đến nhà là vào hội trả phí ngay ạ :)))
Hôm nay là ngày đầu tiên em đi học chương trình đào tạo MC. Những kiến thức trong buổi học viết thành từ khóa thì không nhiều, nhưng định hướng mà các anh chị đào tạo đặt ra đủ để em phải tự nỗ lực trau dồi rất dài, rất nhiều.
Còn quãng đường từ nhà đến được lớp học và từ lớp học về nhà, thì phải nhớ tới video "Đổi đời bởi cái lốp" mà anh Phương Su Su cho xem trong buổi nói chuyện về viết sách.
Em vốn mù đường, hôm nay là buổi học đầu tiên, em đã chuẩn bị trước từ 1 tiếng rưỡi mà cuối cùng vẫn tới lớp muộn nhất ^^!
Dọc đường tới lớp và về nhà em đã nợ ân nghĩa rải rác khắp dọc đường. Đầu tiên bắt xe buýt là em tự bắt, sau đó xuống xe em bắt đầu đi lạc, con người cũ trước khi xem "Đổi đời bởi cái lốp" sẽ vừa đi bộ vừa hỏi, cuốc bộ tới nơi thì thôi, nhưng con người mới đã biết nhờ sự giúp đỡ.
Tổng cộng là 5 người đã giúp đỡ em hôm nay để có thể tới được lớp học và về nhà an toàn, và em còn có liên lạc của 2 trong số họ nữa ạ :))))
Presiyan Vasilev đổi đời bởi cái lốp, còn em thay đổi qua mỗi quyển sách em đọc, video hay mà em xem... một cách tốt hơn rất nhiều ạ 🖤

Câu hỏi mạnh mẽ, câu nói ấn tượng, câu chuyện khó quên. Nói chung, bạn câu gì thì câu, đừng có... câu giờ. Vì khi bạn ở trên sân khấu 1 phút, mà ở dưới có 60 khán giả, là bạn đang lấy đi của cuộc đời 1 tiếng!

Sử dụng chữ R và bí mật Tam Câu, có thể bạn giữ được sự chú ý của khán giả trong một khoảng thời gian nhất định.

Nhưng làm sao để họ tiếp tục lắng nghe bạn hết ý này tới ý khác cho tới cuối chương trình?

Bí quyết Chuyển Cảnh

Nếu một bài nói có nhiều ý, bạn sẽ chuyển giữa các ý như thế nào? Bạn thấy kiểu này quen không.

"Đó *là ý số 1, giờ chúng ta sẽ sang ý số* 2..."

Bạn làm Slide thuyết trình bao giờ chưa?

Bạn có để ý khi chuyển Slide, bạn có thể thêm "hiệu ứng chuyển cảnh" cho bắt mắt không?

Thật ra bạn cũng có thể làm điều này với bài nói của mình. Đây cũng là một ứng dụng của bí mật Tam Câu để giúp duy trì sự chú ý của khán giả xuyên suốt bài nói.

Các nhà vô địch gọi đây là nghệ thuật "chuyển cảnh".

Nó cực kỳ đơn giản, cũng là một thói quen nhỏ mà có võ mà nếu áp dụng bạn sẽ thấy ngay sự khác biệt, khán giả sẽ lại chú ý ngay tới bạn.

Nếu một bài thuyết trình dài có nhiều ý, bạn hãy coi mỗi ý là một bài thuyết trình nhỏ. Sau khi bạn tổng kết ý số 1, bạn có thể dùng Tam Câu để dẫn khán giả sang ý số 2.

Bạn còn nhớ tôi đã chuyển từ phần O sang phần R trong cuốn sách này chứ?

Đầu tiên, tôi đã tổng kết lại.

Nguyên nhân hàng đầu khiến hầu hết mọi người đầu hàng khi nói tới thuyết trình, là do họ nghĩ mình đang nói chuyện trước đám đông. Khi biết bản chất thuyết trình cuốn hút một cuộc trò chuyện 1-1, bạn sẽ tự tin hơn gấp đôi!

Sau đó, tôi đặt một câu hỏi.

Nhưng có bao giờ bạn nói chuyện một lúc, và khán giả mất tập trung chưa? Vậy các nhà vô địch làm thế nào để thu hút khán giả từ giây đầu tiên, tới phút cuối cùng? Chữ R trong bí mật O.R.E là gì?

Và cách chuyển cảnh đó đã khiến bạn tiếp tục lật trang đọc phần tiếp theo để khám phá chữ R, thậm chí đọc tới cả phần kết của nó, để chuẩn bị sang phần chữ E!

Vậy là bạn đã biết bí mật chữ O - Only You:

Đám Đông chỉ là 1 người: Họ Đám Tên Đông.

Thuyết trình cuốn hút là nói chuyện 1-1, với ai?

Với Bạn.

Bạn cũng đã biết chữ R: Right Away

Thu hút ngay từ 7 giây đầu tiên với bí mật Tam câu, và dùng nó để liên tục thu hút cho tới phút cuối chương trình.

Nhưng đó chỉ là phần nổi của tảng băng, đó chỉ là một vài "đồng bạc lẻ" trong kho báu của các nhà vô địch, trong gia tài tri thức mà Fususu đang sở hữu.

Còn một bí mật quan trọng nhất...

Chữ E...

Trước khi đến với bí mật này, bạn cần biết một thói quen khó bỏ, đã giúp một người hướng nội ngại giao tiếp như tôi, có thể tiến bộ mau chóng trong thuyết trình.

Bạn thấy đấy, vừa rồi cũng là chuyển cảnh. Bạn vẫn còn ở đây, chứng tỏ bạn muốn nghe tiếp.

Hãy nhớ mẫu câu vàng này giúp bạn chuyển cảnh cực dễ dàng và cuốn hút!

"Có thể... Nhưng..."

Có thể bạn đã biết thứ gì đó, nhưng bạn vẫn cần biết thêm thứ gì đó...

Có thể bạn đã biết Craig Valentine là thầy tôi, là nhà vô địch thuyết trình thế giới 1999, nhưng có thể bạn chưa biết điều này...

BÍ MẬT CHỮ E

Wow, bạn đã đọc tới đây ư, tôi rất thích tinh thần học hỏi của bạn.

Bạn làm tôi nhớ tới thầy của mình, Craig Valentine.

Hãy tưởng tượng, nếu bạn đạt danh hiệu người thuyết trình hay nhất thế giới, bạn sẽ làm gì?

Ngay sau khi đạt chức vô địch diễn thuyết 1999, khi xuống sân bay, Craig Valentine đã bước vào hiệu sách, và tìm mua ngay một cuốn sách với chủ đề: Làm sao để thuyết trình hay hơn.

Chưa hết, sau đó ông còn đầu tư hàng chục ngàn đô để học, để được Coaching, để tìm cho ra câu trả lời rốt ráo cho câu hỏi làm sao để thuyết trình hay hơn.

Ông luôn quan niệm, "What got you here, won't get you there," Craig Valentine nói.

Tạm dịch: Những kiến thức đã đưa bạn tới thành tựu hiện tại, sẽ khó mà dẫn tới thành công tiếp theo.

Quả là tinh thần học hỏi bất diệt của nhà vô địch!

Có thể bạn đã biết tôi là một tác giả, nhưng đây là một điều ít biết về tôi...

Cuối 2010, tôi đầu tư 3 triệu để tham gia Tôi Tài Giỏi, một khóa học phát triển bản thân rất nổi tiếng thời đó. Sau khi tham gia, mặc dù là người hướng nội ngại giao tiếp, tôi vẫn mơ ước trở thành Trainer tự tin diễn thuyết trước cả trăm người.

Bạn phải hiểu một điều, trước đó bố mẹ đã đầu tư bao tiền ăn học để giúp tôi trở thành sinh viên ĐH Ngoại Thương, khoa tài chính ngân hàng danh giá, để nối nghiệp họ. Bạn có tưởng tượng được cảnh bố mẹ tôi phản ứng thế nào, khi tôi về nhà và nói như sau không?

"Bố à, mẹ à, con sẽ bỏ ngân hàng, con sẽ thành diễn giả!"

Bố nói ngay, "Khùng hả con?"

Còn mẹ nhìn tôi lắc đầu như muốn nói. *"Thôi con, diễn thật cho mẹ nhờ, đừng có diễn giả!"*

Sau đó, tôi vẫn quyết tâm đi theo con đường mình chọn. Tôi thi tuyển vào đội ngũ tổ chức của khóa học.

Hàng chục khóa học, mỗi khóa kéo dài 3 ngày. Từ bê ghế, trải thảm, điểm danh, rót nước cho học viên, bấm slide cho Trainer. Tôi làm tất cả những việc đó, bỏ ra cả trăm giờ, hoàn toàn tự nguyện, không cần trả lương.

Bạn biết vì sao không?

Bởi vì họ cũng đâu có trả lương.

Đó là công việc tự nguyện. Nhưng tôi yêu thích môi trường tích cực của khóa học, và điều quan trọng, là tôi có cơ hội được nói trước đám đông, dù chỉ là 10 phút.

Thường là trong ngày đầu tiên khóa học, trước khi Trainer lên sân khấu, sẽ có 10 phút để MC giới thiệu cho học viên uống nước ở đâu, nhà vệ sinh chỗ nào, các lưu ý trong khi học, v.v... nói chung những điều bên lề, Trainer không muốn nói, thì MC là người nói.

Tuy vậy, tôi trân trọng từng phút ấy, lần nào tôi cũng xung phong làm. Và sau mỗi lần làm, tôi đều lại ghi lại số phút mình đã thuyết trình, số người có mặt trong khán phòng, trong một File Excel.

Nhiều diễn giả ngoài kia nói họ có hàng ngàn giờ, hàng chục ngàn khán giả, nhưng khi bạn hỏi chính xác bao nhiêu tới từng phút, không nhiều người có thể "Show" cho bạn File Excel cực kỳ chi tiết như tôi đâu.

Giờ	1	2	3	4	5	6	7	8	9	10	11	12	Tổng giờ
2012	18,46	13,16	29,91	27,10	28,09	42,42	51,65	10,53	38,49	34,37	31,03	22,78	347,99
2013	23,50	16,75	38,07	34,50	35,75	54,00	65,75	13,40	49,00	43,75	39,50	29,00	442,97
2014	29,50	31,50	43,25	32,25	24,50	58,50	54,50	29,75	34,50	31,50	25,75	8,00	403,50
2015	19,00	24,75	33,75	24,75	24,50	67,00	68,25	22,75	32,00	27,25	21,25	8,00	373,25
2016	4,53					2,75	10,50			2,50			20,28
2017					32,50								32,50
2018												4,50	4,50
2019	16,33			13,83									30,17
2020							6,00	11,50	8,00	2,00	7,00	8,50	43,00
2021	4,50	3,50	3,00	6,85	8,25	3,50	31,50	4,20	1,75	2,60	3,72	6,00	79,37
2022		0,12	0,87	4,00	8,48	26,27	0,03						39,77
Sum	115,83	89,78	148,84	143,28	162,07	254,44	288,18	92,13	163,74	143,97	128,25	86,78	1817,29

Views	1	2	3	4	5	6	7	8	9	10	11	12	Tổng View
2012	1009	378	1141	858	865	1007	1681	491	1532	1217	1823	752	12754
2013	817	306	924	695	701	816	1362	398	1241	986	1477	609	10332
2014	1293	641	1655	1286	399	616	497	531	653	429	261	203	8464
2015	269	198	452	784	242	525	1760	351	572	230	521	196	6100
2016	1424					70	310			100			1904
2017					390								390
2018												39	39
2019	191			90									281
2020							131	236	51	8	180	240	846
2021	136	87	46	324	237	66	545	588	64	80	163	53	2389
2022		20	67	85	399	1972	27						2570
Sum	5139	1630	4285	4122	3233	5072	6313	2595	4113	3050	4425	2092	46069

Nếu mở nó ra vào thời điểm 7/7/2022, lúc tôi đang viết dòng này, bạn sẽ thấy tôi đã có tổng cộng 1817,29 giờ, tương đương 109.037,4 phút nói trước đám đông, cho chính xác 46.069 lượt khán giả. Còn vào ngày 17/1/2023, tôi đã cán mốc hơn 2023 giờ (số đẹp nhỉ?).

2012	18,46	13,16	29,91	27,10	28,09	42,42	51,65	10,53	38,49	34,37	31,03	22,78	347,99
2013	23,50	16,75	38,07	34,50	35,75	54,00	65,75	13,40	49,00	43,75	39,50	29,00	442,97
2014	29,50	31,50	43,25	32,25	24,50	58,50	54,50	29,75	34,50	31,50	25,75	8,00	403,50
2015	19,00	24,75	33,75	24,75	24,50	67,00	68,25	22,75	32,00	27,25	21,25	8,00	373,25
2016	4,53					2,75	10,50			2,50			20,28
2017						32,50							32,50
2018											4,50		4,50
2019	16,33			13,83									30,17
2020							6,00	11,50	8,00	2,00	7,00	8,50	43,00
2021	12,00	3,50	3,00	6,85	8,25	3,50	31,50	4,20	1,75	2,60	6,72	6,00	89,87
2022	8,00	0,12	0,87	4,00	8,48	26,27	43,97	39,77	42,52	24,25	9,33	13,50	221,07
2023	15,50												15,50
Sum	146,83	89,78	148,84	143,28	162,07	254,44	332,12	131,90	206,26	168,22	140,58	100,28	2024,59

Tôi gọi đây là thói quen "tích lũy số phút thuyết trình".

Số lượng làm nên chất lượng. Khi bạn tích lũy được tầm 100 giờ nói, bạn sẽ thấy mình rất khác. Và khi lên tới 300 giờ, sự khác biệt rất lớn. Và khi tới 1000 giờ, thật không thể tin nổi, mình từng là người hướng nội ư?

Hãy nhớ, bạn có thể đọc hàng chục cuốn sách thuyết trình, bạn có thể biết hàng trăm mẹo thuyết trình, nhưng nếu bạn không tích lũy cho mình ít nhất 100 giờ thuyết trình thực tế, thì mọi kỹ năng bạn biết vẫn chỉ là lý thuyết, thậm chí nó còn gây áp lực cho bạn.

Bản chất thuyết trình cuốn hút, là các nhà vô địch liên tục kết nối với khán giả của họ. Khi lên sân khấu, mà đầu óc bạn quay cuồng với những nguyên tắc thuyết trình hay, tay chân mình phải thế này, phải thế kia... thì bạn tới số rồi.

Bạn sẽ không kết nối được với khán giả, vì bạn đang mải kết nối với những nội dung, với những lý thuyết của bạn.

Người có 10 kỹ năng, chưa chắc thắng người có 1 bản năng.

Đó là lý do tôi liên tục tham gia các CLB thuyết trình như Toastmasters, và nắm lấy mọi cơ hội nói trước đám đông. Thậm chí, tôi còn tự mở CLB thuyết trình, để tự tạo ra cơ hội nói trước đám đông thường xuyên cho mình.

Nhờ luôn tìm cho mình một môi trường để áp dụng những gì được học, và liên tục tích lũy từng phút thuyết trình, mà tôi đã biến kỹ năng thành bản năng, sớm đạt được ước mơ Trainer của mình, và ngày càng thuyết trình cuốn hút hơn.

Như trên File Excel bạn thấy từ 2012-2015, tôi có hàng chục giờ diễn thuyết mỗi tháng là vì thời ấy tôi đào tạo trong khóa học. Còn từ 2016 trở đi, tôi du lịch, viết sách. Mãi tới giữa 2020 mới bắt đầu quay trở lại đào tạo thì Covid, nên tôi mở Zoom để chia sẻ Online.

Nhiều đồng nghiệp của tôi hồi đó, cũng trong môi trường ấy, nhưng không phải ai cũng làm được. Một số người cũng có trở thành Trainer, nhưng nhiều năm gặp lại, tôi thấy kỹ năng của họ vẫn không khác nhiều. Còn tôi, thì dù hơn 4 năm không có môi trường thực hành, nhưng khi cần sử dụng, thì tôi vẫn có những bài thuyết trình cuốn hút, thậm chí đạt giải khi đi thi thuyết trình quốc tế.

Bạn nghĩ tôi có năng khiếu ư?

Không đời nào. Đó là do bí mật chữ E.

Chữ E là... Every Day

Cách tốt nhất để thuyết trình tốt hơn, là... thuyết trình càng nhiều càng tốt (với phương pháp đúng đắn).

Tuy nhiên, nếu bạn không có nhiều cơ hội để thuyết trình thì sao?

Nếu không thực hiện cách tốt nhất, thì bạn vẫn có thể thực hiện cách tốt nhì!

Đó là bạn tập những thói quen hàng ngày bổ trợ cho việc thuyết trình, giúp bạn thuyết trình tốt hơn, ngay cả khi bạn không có nhiều cơ hội lên sân khấu.

Và có một thói quen đã giúp tôi thuyết trình tốt hơn, ngay cả khi... lướt Facebook, bạn tin được không?

Lướt Facebook và Thuyết trình?

Nếu lên Facebook cá nhân của tôi tại fb.com/phuongss bạn sẽ thấy tôi rất thường xuyên đăng những câu nói hay, kèm theo lời giải thích, hoặc các câu chuyện, các trải nghiệm của tôi.

Và tôi đã làm điều này hơn 10 năm nay. Đây là một thói quen có nhiều lợi ích, 1 mũi tên trúng 3 con chim.

Con chim #1

Một yếu tố giúp bạn thuyết trình cuốn hút là bạn sử dụng những câu nói ấn tượng.

Đọc những câu nói hay hàng ngày, không chỉ giúp bạn gia tăng tư duy ngôn ngữ, mà còn dần dần tự tạo cho mình các thông điệp vần điệu, dễ nhớ.

Con chim #2

Theo các nhà vô địch, thuyết trình cuốn hút là bạn kết nối với khán giả, bạn giúp người ta hiểu được thứ bạn đang hiểu, và chốt lại một thông điệp tượng nào đó.

Khi bạn đăng câu nói hay, rồi viết lách để giải thích, bản chất là bạn đang thực hiện một bài thuyết trình nhỏ. Viết lách nhiều sẽ giúp bạn có tư duy rõ ràng, từ đó nói năng cũng sẽ mạch lạc hơn.

Vạn Lý Trường Thành cũng cần những viên gạch nhỏ, làm điều này mỗi ngày, bạn sẽ biến kỹ năng thuyết trình cuốn hút trở thành một bản năng của bạn.

Con chim #3

Khi bạn trở nên tích cực như vậy trên Facebook, sẽ có tin buồn và tin vui.

Tin buồn, bạn có thể sẽ bị một số bạn bè trên Facebook hủy kết bạn, vì họ thấy bạn trở nên khác so với họ. Trước đây tôi có 5.000 bạn, và số này tự động giảm dần...

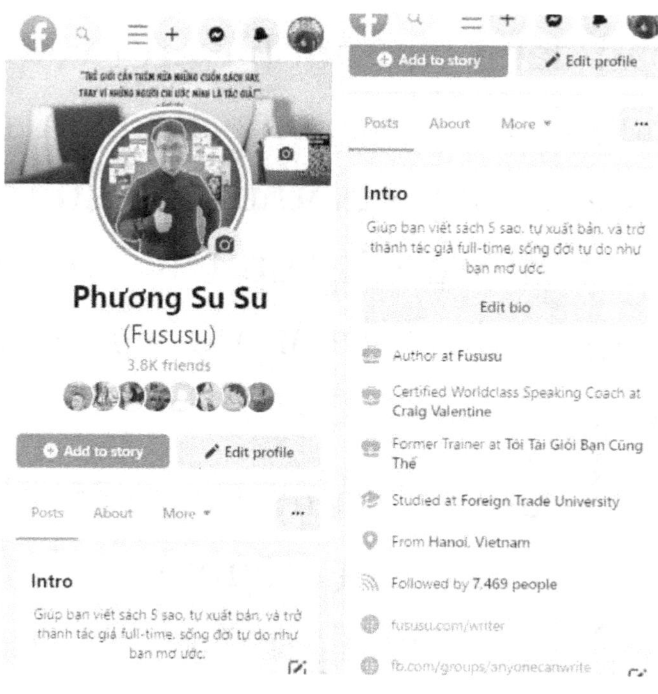

Tuy nhiên, lượng người Follow tôi lúc chụp ảnh trên là hơn 7.400, và con số này ngày càng tăng, chưa kể danh sách chờ kết bạn với tôi luôn có hàng trăm người mới.

Do vậy tin vui là bạn sẽ ngày càng có những người bạn tích cực, sẽ trở thành khán giả, độc giả tiềm năng trong tương lai của bạn.

Nói chung việc đăng những câu nói hay, chia sẻ suy nghĩ tích cực hàng ngày sẽ không chỉ giúp bạn gia tăng tư duy ngôn ngữ, luyện tập trình bày ý tưởng, mà còn giúp bạn có những khán giả, độc giả tiềm năng trong tương lai.

Làm sao để có những câu nói hay?

Bạn có thể Google, hoặc đơn giản là quét mã QR bên dưới. Mỗi ngày bạn có thể nhận được một ảnh câu nói hay cực chất do tôi thiết kế, để bạn có thể áp dụng chữ E này.

fususu.com/365

Sau đó, bạn có thể đăng lên Facebook của bạn, dùng chữ O để ai đọc cũng có cảm giác bạn đang nói chuyện với họ, dùng chữ R để thu hút chú ý, dùng Tam Câu và Chuyển Cảnh để duy trì chú ý, giải thích câu nói đó.

Nếu được, bạn có thể hashtag #fususu hoặc tag @fususu để có thêm đồng minh nhé. Nếu đọc được, tôi sẽ không ngại tặng cho bạn một trái tim ấm áp.

Bên cạnh đó, nếu bạn ngại đăng Facebook cá nhân, thì tôi cũng có nhóm kín Anyone Can Write, nơi bạn có thể thoải chia sẻ và đón nhận những phản hồi tích cực từ các đồng minh khác.

Đặc biệt, sau này bạn chỉ cần tập hợp lại những gì mình đã viết, là biết đâu sẽ có thể có hẳn một cuốn sách hay thì sao?

fb.com/groups/anyonecanwrite/

Tin tôi đi, chỉ sau 1 tháng áp dụng liên tục O.R.E như vậy, bước lên sân khấu thuyết trình, bạn sẽ thấy mình rất khác rồi đấy. Rất dễ nhớ phải không?

O.R.E: Only You, **R**ight Away, **E**veryday!

Nói chung, chỉ cần mỗi ngày, bạn đăng một câu nói hay, và coi nó như một bài thuyết trình nhỏ, rồi áp dụng bí quyết O.R.E. "Diễn thật" như vậy mỗi ngày, "diễn giả" sau này đối với bạn sẽ chỉ là chuyện nhỏ mà thôi!

QUÀ CHIA TAY

Trước khi nhận món quà này, tôi có một câu chuyện thầm kín. Đã bao giờ bạn thuyết trình xong và ước giá như mình đã không làm điều đó chưa?

Cách đây hơn 10 năm, khi còn là Trainer tập sự, một người bạn đã mời tôi tới nói chuyện với nhân viên của anh ấy về động lực làm việc.

Nếu ở trong văn phòng đó cùng tôi, bạn sẽ thấy một nhóm 20 người ai cũng già dặn, có những người đầu tóc bạc phơ. Trông họ khá mệt mỏi, tôi quyết định tạo động lực cho họ bằng một lời chào mạnh mẽ.

"Xin chào tất cả mọi người!"

Đáp lại là sự tĩnh lặng, ai cũng nhìn tôi như muốn nói, *"Ở đây ai là mọi, ai là người vậy?"*

Đọc cuốn sách này, bạn biết tôi mắc sai lầm gì rồi. Do không biết chữ O, nên tôi cố kết nối với tất cả, và chả có ai nghe. Do không biết chữ R, tôi đánh mất sự chú ý của họ ngay từ đầu. Do không biết Tam Câu và Chuyển Cảnh, tôi không thể duy trì nổi sự chú ý.

Tôi tới đó để tạo động lực làm việc, bạn nghĩ tôi có làm được không?

Có chứ.

Lúc kết thúc, vẻ mặt ai cũng nhẹ nhõm, họ nhìn tôi như muốn nói, *"Cuối cùng cũng đã xong, giờ mình có thể quay lại làm việc."*

Vừa rồi bạn có cười không?

Cám ơn bạn đã cười trên nỗi nhục của tôi.

Sau đó thì sao?

Bạn cũng đã biết rồi.

Chưa đầy 1 năm sau, tôi được công nhận Trainer chính thức khóa học Tôi Tài Giỏi, theo chuẩn mực đoàn Adam Khoo, Singapore với hơn 1500 giờ đào tạo (2011-2015).

Dù 4 điểm Văn tốt nghiệp, nhưng tôi trở thành tác giả 10 cuốn sách đã xuất bản. Điều thú vị là nhiều khán giả khi xưa nghe tôi nói, nay đã trở thành độc giả, mua mọi cuốn sách tôi viết.

Cuối 2021, tôi mở kênh Tiktok @fususu.official ở mảng giáo dục, và chỉ sau vài tháng, tôi sở hữu tới gần 300 ngàn Followers cùng hàng chục Clip triệu View.

Vốn là người trầm tính, nhưng tháng 5/2022, tôi đã mang vinh quang về cho nước nhà khi trở thành người Việt

Nam đầu tiên đạt chức vô địch thuyết trình hài hước Toastmasters khu vực 5 nước Đông Nam Á.

Tôi chia sẻ những thành tích ấy không phải để khoe, mà là để giúp bạn thấy sự khác biệt, và điều quan trọng hơn là: Tôi làm được, bạn cũng làm được.

Vậy điều gì đã giúp tôi tạo ra sự khác biệt?

Đó là giống như Craig, tôi đã liên tục học hỏi.

Sau trải nghiệm đau đớn ấy, tôi đã tìm hiểu mọi ngóc ngách trong thuyết trình. Tôi mua sách, mua clip của các nhà vô địch diễn thuyết. Và kể cả khi đã đạt được mục tiêu Trainer, tôi vẫn đầu tư vào bản thân, vì tôi tin rằng thuyết trình là kỹ năng quan trọng nhất trong thời đại này.

Tháng 10 năm 2020, dù đã viết xong một cuốn sách về thuyết trình, tôi vẫn đầu tư tới 2500$ để học trực tiếp với Craig Valentine, nhà vô địch diễn thuyết thế giới 1999, và trở thành nhà huấn luyện diễn giả quốc tế đầu tiên ở Việt Nam được cấp chứng chỉ bởi ông.

Tôi làm vậy là để đảm bảo chắc chắn tất cả những gì tôi chia sẻ cho bạn là hiệu quả, đã được kiểm chứng bởi các nhà vô địch, chứ không phải là những kiến thức Free ở đâu đó ngoài kia, không rõ nguồn gốc.

Hơn 20 năm kinh nghiệm, đường dài của Craig đã trở thành đường tắt của tôi. Và giờ đây đường dài 10 năm của tôi sẽ có thể trở thành đường tắt của bạn.

Nếu Dale Carnegie nói có ba loại bài nói, thì tôi tin rằng khi áp dụng các bí quyết ấy, bạn tạo ra một bài nói duy nhất: Bài nói mà khán giả mãi nhớ tới!

Nhân dịp tôi đạt chức vô địch thuyết trình hài hước Toastmasters 5 nước Đông Nam Á, tôi quyết định tặng một món quà cực kỳ giá trị. Đó chính là bộ 52 bí quyết thuyết trình từ nhà vô địch, mà với sự cho phép của Craig Valentine, tôi đã dịch tặng bạn.

Bạn có biết điều làm tôi đau đáu nhất sau khi đạt giải là gì không?

Đó là dù giải nhất, tôi đã không được đi tiếp vòng trong, vì lý do trên trời: Toastmasters International chưa cho phép các thí sinh khu vực District 97 thi tiếp vòng trong, do số lượng CLB thuyết trình ở khu vực này còn quá ít.

What???

Nói thật là tôi thực sự "cay cú". Sau đó tôi mới biết, cả 5 nước Đông Nam Á gộp lại, chưa đủ chuẩn của Toastmasters International là 60 CLB. Nếu tôi muốn đi thi tiếp vòng trong, thì phải đăng ký tham gia CLB Toastmasters ở khu vực khác.

Chẳng hạn, tôi có thể sang Malaysia, tham gia một CLB bên đó. Và nếu mọi thứ suôn sẻ, sau khi chiến thắng ở các vòng CLB, vòng Area, Division, v.v... tôi có thể là người Việt Nam đầu tiên, đại diện cho Malaysia... đi thi thuyết trình quốc tế (nghe hài nhỉ).

Thế nên, tôi đã chọn một cách khác.

Đó là giúp đỡ chính nước nhà, tăng số lượng CLB Toastmasters lên, để một ngày nào đó, tôi (hoặc biết đâu là bạn) có thể đại diện cho chính Việt Nam!

Nếu như Malaysia có 300 CLB, Singapore nhỏ xíu cũng có tới 200 CLB, và nước láng giềng Thái Lan có 30 CLB. Bạn biết Việt Nam mình có bao nhiêu CLB không?

Vào thời điểm tôi viết cuốn sách này thì nhiều lắm, khoảng hơn chục CLB thôi!

Do vậy, tôi thực sự muốn giúp bạn tự tin hơn khi thuyết trình, thậm chí có thể tự mở CLB thuyết trình Toastmaster của riêng bạn. Để một ngày nào đó sớm thôi, District 97 nói chung, và Việt Nam chúng ta nói riêng, sẽ không còn phải "chịu nhục" như vậy, và sẽ tự hào bước lên đài thuyết trình thế giới, và lan tỏa những thông điệp tuyệt vời.

Do đó, hãy quét mã QR hoặc truy cập Link bên dưới, để nhận 52 bí quyết thuyết trình từ nhà vô địch, và áp dụng ngay vào bài nói chuyện sắp tới của bạn nhé!

fususu.com/ore/52bq

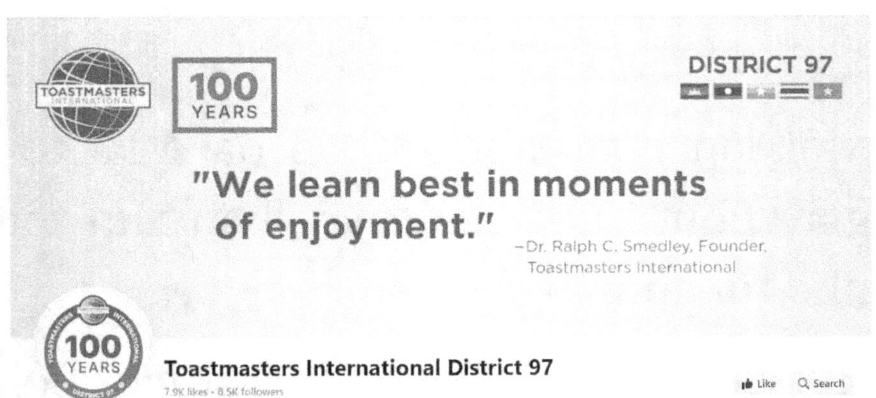

Một tin vui cho bạn!

Đó là vào thời điểm tháng 4/2024 khi tôi cập nhật phiên bản mới nhất của cuốn sách nhỏ này kèm sách nói, Việt Nam của chúng ta đã có 17 CLB (trong đó có 2 CLB là đóng góp của tôi), góp phần giúp District 97 đủ hơn 60 CLB và được công nhận chính thức!

Bạn có thể tìm hiểu thêm thông tin về các CLB Toastmasters ở Việt Nam tại about.toastmastersvn.com bạn nhé!

Hẹn gặp bạn ở CLB nào đó!

CÂU CHUYỆN CUỐI CÙNG

Một lần nữa cám ơn bạn đã ở lại tới giây phút cuối cùng này, bạn làm tôi nhớ tới mình ngày xưa.

Hồi còn là sinh viên, khi tới các hội thảo của các diễn giả, tôi luôn nấn ná ở lại tới cuối chương trình, để làm gì bạn biết không?

Trước khi bảo vệ đóng cửa, tôi bước lên sân khấu, nhìn xuống và tưởng tượng về một ngày nào đó mình sẽ thực hiện được ước mơ, mình sẽ trở thành một diễn giả.

Lúc đó tôi nghĩ: *"Ngày hôm nay, tôi ở lại đến cuối chương trình. Để sau này, cũng sẽ có những người ở lại đến cuối nghe tôi nói, thậm chí đọc tới trang cuối cuốn sách của mình."*

Bạn chắc chắn sẽ thành công! Vì bạn có trong mình tinh thần của nhà vô địch:

Ham học hỏi, kiên trì đến cùng!

Hẹn gặp bạn trong bài nói của bạn!

Fususu - Nguyễn Chu Nam Phương

(Đã ký lên màn hình từ một thành phố biển xinh đẹp)

Tái bút. Biết đâu chúng ta sẽ gặp nhau sớm thôi, trong một CLB thuyết trình Toastmasters nào đó,

Chín bút. Bạn đã quét mã QR để nhận 52 bí quyết thuyết trình chưa đấy?

Tin tôi đi, giờ này một năm nữa mà áp dụng, bạn có thể sẽ phải gửi email cảm ơn tôi vì đã chia sẻ cho bạn bộ bí quyết tuyệt vời này!

Và cách cảm ơn tôi tốt nhất là gì?

Nếu thấy hay, hãy để lại review cho cuốn sách này, và gửi tặng nó đến với càng nhiều người càng tốt (trước khi tôi đổi ý, không còn tặng free nữa).

ĐÔI NÉT VỀ TÁC GIẢ

Fususu - Nguyễn Chu Nam Phương

Vốn hướng nội, ngại giao tiếp, nhưng lại có thể trở thành Trainer của khóa học Tôi Tài Giỏi (chuẩn mực tập đoàn Adam Khoo, Singapore) với hơn 1500 giờ huấn luyện cho hàng chục ngàn học viên và phụ huynh từ 2011 tới 2015.

Từng kể chuyện cười mà ai cũng... im lặng lắng nghe, nhưng tháng 5/2022, anh đem vinh quang về cho nước nhà khi là người Việt Nam đầu tiên đạt chức vô địch thuyết trình hài hước Toastmasters khu vực 5 nước Đông Nam Á.

Anh cũng là nhà huấn luyện diễn giả quốc tế đầu tiên ở Việt Nam, được công nhận bởi nhà vô địch diễn thuyết thế giới Craig Valentine, và có nhiều đóng góp cho cộng đồng Toastmasters Việt Nam khi sáng lập tới tận 2 CLB thuyết trình là ACI và VITA Toastmasters.

Bên cạnh đó, dù 4 điểm Văn, nhưng anh cũng đã tự viết và xuất bản tới 10 đầu sách, 3 trong số đó nhiều năm liền lọt top sách bán chạy, và cũng đã giúp hàng chục tác giả khác thực hiện ước mơ của họ.

Nam Phương tin rằng: Mọi thứ đều có thể, vấn đề là phương pháp, và anh sẵn lòng chia sẻ với bạn những bí mật đã giúp anh, và sẽ giúp bạn trở nên khác biệt trên Blog Fususu, cũng như trong những cuốn sách anh xuất bản.

www.ingramcontent.com/pod-product-compliance
Lightning Source LLC
Chambersburg PA
CBHW050547160726

48003CB00002B/787